Impressum
Verlag: BABADADA GmbH, Nedderfeld 112 , 22529 Hamburg
Geschäftsführer / Verlagsleitung: Harald Hof
Druck: Books on Demand GmbH, In de Tarpen 42, 22848 Norderstedt

Imprint
Publisher: BABADADA GmbH, Nedderfeld 112 , 22529 Hamburg, Germany
Managing Director / Publishing direction: Harald Hof
Print: Books on Demand GmbH, In de Tarpen 42, 22848 Norderstedt, Germany

trường học

baba

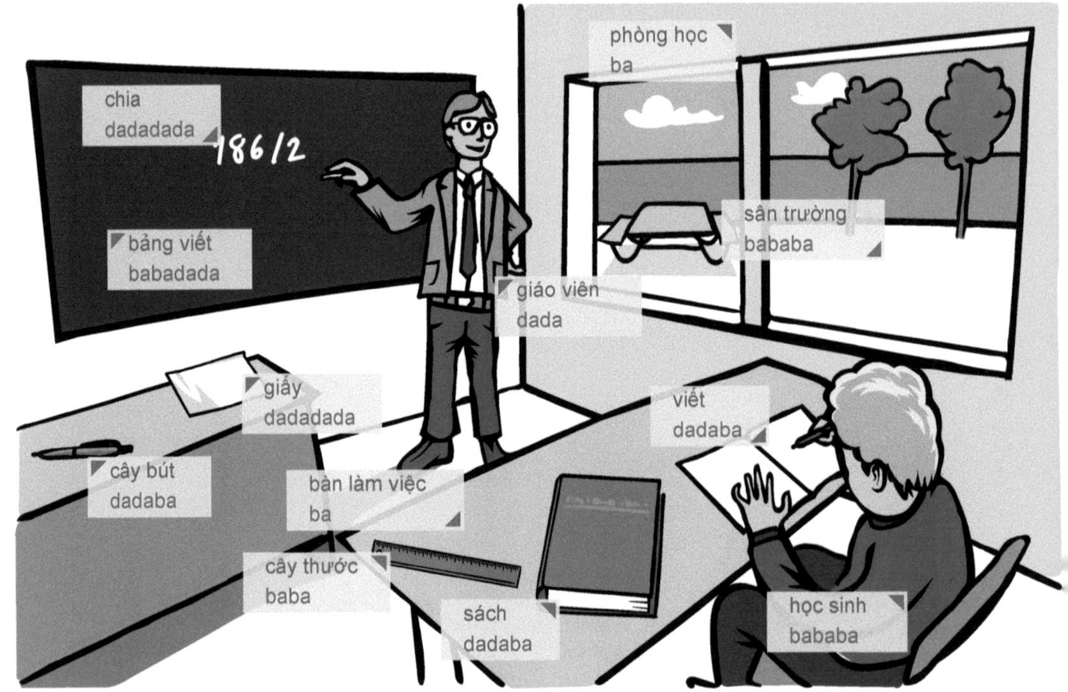
phòng học
ba
chia
dadadada
186/2
bảng viết
babadada
sân trường
bababa
giáo viên
dada
giấy
dadadada
viết
dadaba
cây bút
dadaba
bàn làm việc
ba
cây thước
baba
sách
dadaba
học sinh
bababa

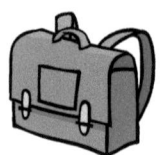

cặp đeo vai học sinh
dadaba

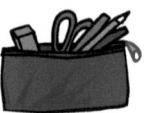

hộp đựng bút
dada

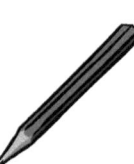

bút chì
bababa

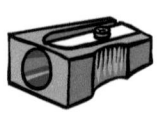

cái gọt bút chì
dadaba

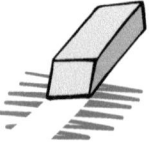

cục tẩy
baba

tập giấy vẽ
ba

bản vẽ

bababa

cọ vẽ

ba

hộp mực vẽ

dada

cây kéo

babadada

keo dán

dadaba

sách bài tập

dadadada

bài tập ở nhà

babadada

12

số

bababa

2+2

cộng

dadaba

5-2

trừ

bababa

2×2

nhân

badada

tính toán

dadababa

A

chữ cái

babababa

ABCDEFG
HIJKLMN
OPQRSTU
VWXYZ

bảng chữ cái

babababa

hello

từ

dada

văn bản

babadada

đọc

dadadada

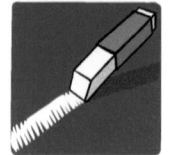

phấn viết

dada

bài học

babababa

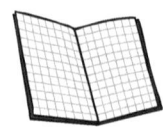

sổ lớp

ba

thi kiểm tra

baba

chứng chỉ

babababa

đồng phục học sinh

babadada

giáo dục

babababa

từ điển bách khoa

dadababa

đại học

babababa

kính hiển vi

dadababa

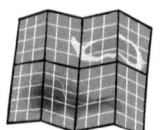

bản đồ

bababa

thùng rác giấy

babadada

du lịch
baba

khách sạn
babadada
Grand
nhà trọ
dadaba
ROOMS
quầy đổi tiền
dadadada
EXCHANGE
va li
dada
xe ô tô
ado

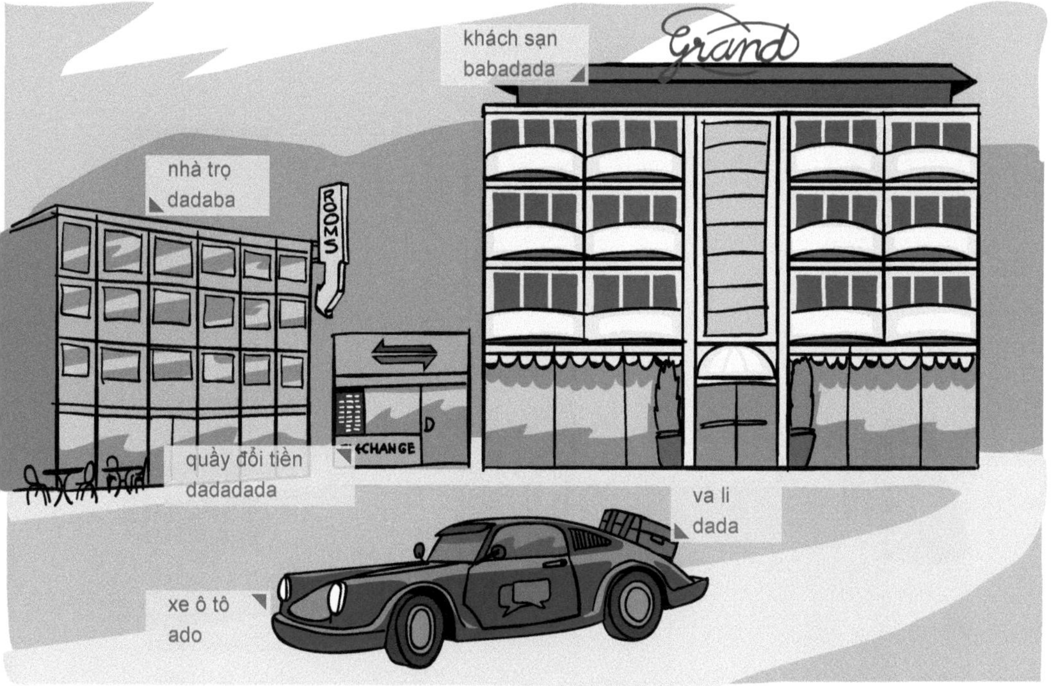

ngôn ngữ

dadadada

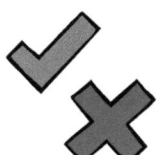

có / không

da / meh

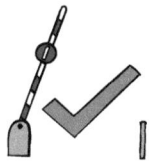

ô kê

Oh

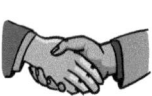

Xin chào

ba

thông dịch viên

dada

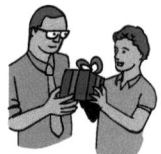

cám ơn

dada

… bao nhiêu tiều?

babababa

tôi không hiểu

ah

vấn đề

dadaba

Xin chào! (buổi tối)

ba dada

xin chào! (buổi sáng)

babadada

chúc ngủ ngon!

heia!

tạm biệt

dadaba

hướng đi

badada

hành lý

dada

túi xách

babababa

túi ba lô

babababa

khách

baba

phòng

dadadada

túi ngủ

dadadada

lều

dada

thông tin du lịch
....
dadadada

bãi biển
....
badada

thẻ tín dụng
....
babadada

ăn sáng
....
dadababa

ăn trưa
....
baba

ăn tối
....
bababa

vé xe
....
dada

thang máy
....
dada

tem bưu điện
....
babadada

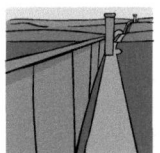

biên giới
....
badada

hải quan
....
dadaba

đại sứ quán
....
babadada

thị thực
....
dadaba

hộ chiếu
....
dada da da da

máy bay
baba

tàu thủy
dada

xe cứu hỏa
baba

xe tải
bababa

xe buýt
bababababa

xuồng máy
dada

xe đạp
dadadada

xe ô tô
ado

phà
babadada

xuồng
baba

xe máy
bababa

xe cảnh sát
ado

xe đua
ado

xe cho thuê

dịch vụ thuê xe tự lái
dada

xe kéo cứu hộ
ado

xe rác
ado

động cơ
brumbrum!

xăng
bababa

trạm xăng
dada

biển báo giao thông
dadaba

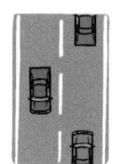

giao thông
badada

ách tắc giao thông
ado ado

bãi đậu xe
babadada

nhà ga
babababa

đường ray
dada

xe lửa
dadaba

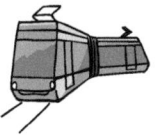

tàu điện
baba

toa xe
dadaba

máy bay trực thăng

baba

sân bay

baba

tháp

dadaba

hành khách

baba

côngtenơ

badada

thùng các-tông

dada

xe đẩy

baba

cái giỏ

dadadada

cất cánh / hạ cánh

da / bada

thành phố

dadaba

làng

bababa

trung tâm thành phố

dadababa

nhà

dadaba

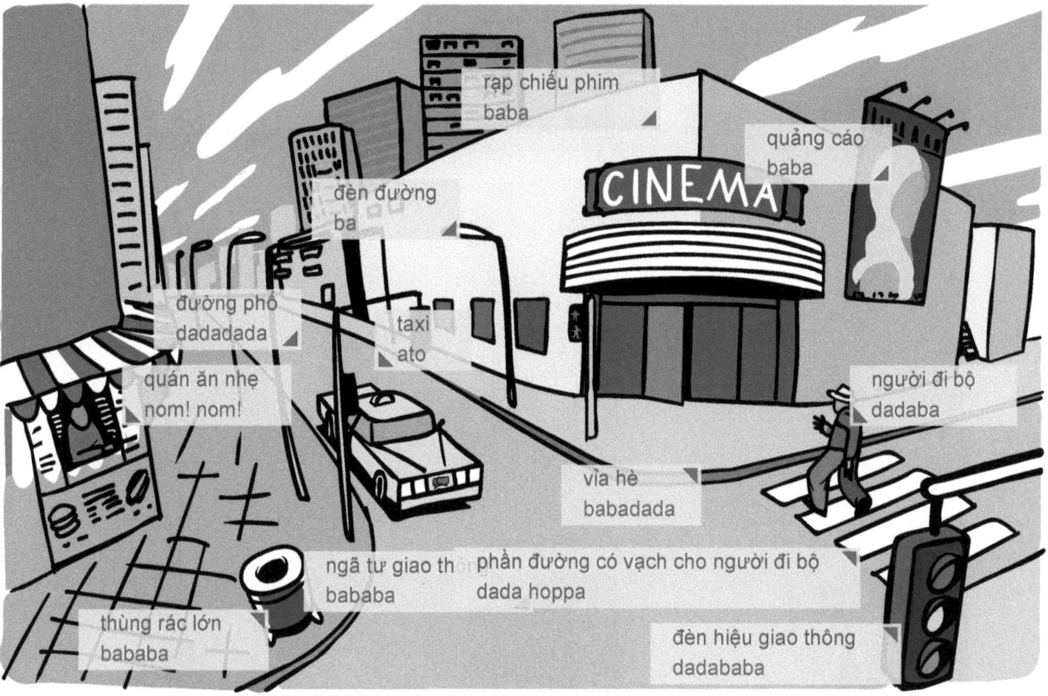

rạp chiếu phim
baba
CINEMA
quảng cáo
baba
đèn đường
ba
đường phố
dadadada
taxi
ato
quán ăn nhẹ
nom! nom!
người đi bộ
dadaba
vỉa hè
babadada
ngã tư giao th
bababa
phần đường có vạch cho người đi bộ
dada hoppa
thùng rác lớn
bababa
đèn hiệu giao thông
dadababa

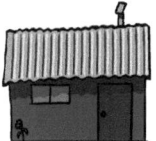

nhà chòi

babadada

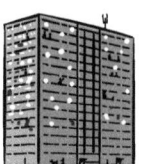

căn hộ

dadadada

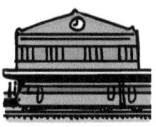

nhà ga

babababa

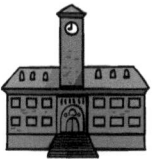

tòa thị chính

dadaba

MUSEUM

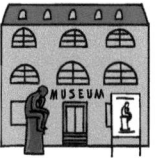

viện bảo tàng

bababa

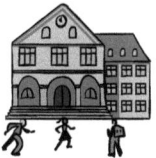

trường học

baba

đại học
babababa

ngân hàng
dadadada

bệnh viện
aua!

khách sạn
babadada

hiệu thuốc
aua!

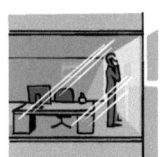

văn phòng
baba

hiệu sách
bababa

cửa hiệu
ba

cửa hiệu bán hoa
dadaba

siêu thị
dada nom nom

chợ
dadadada

cửa hàng bách hóa
dadadada

người bán cá
nom! nom!

trung tâm mua bán
baba

bến cảng
ba

thành phố - dadaba

công viên
dadadada

ghế băng
baba

cầu
babababa

cầu thang
dadadada

tàu điện ngầm
bababa

đường hầm
baba

trạm xe buýt
ba

quán bar
babababa

khách sạn
nom nom!

hòm thư công cộng
dadaba

bảng hiệu đường
dada

đồng hồ đậu xe
baba

vườn bách thú
bababa

bể bơi
dada

nhà thờ Hồi giáo
baba

nông trại
dadaba

ô nhiễm môi trường
dadababa

nghĩa trang
bababa

nhà thờ
ba

sân chơi
dadababa

ngôi đền
bababa

phong cảnh
dada

lá cây
baba

bảng chỉ đường
baba

lối đi
dada

bãi cỏ
bababa

hòn đá
baba

cây
dadababa

người đi bộ đường dài
dada

sông
bababa

cỏ
dada

bông hoa
mama!

thung lũng

badada

đồi

bababa

hồ nước

dadadada

rừng

dadadada

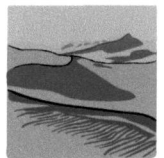

sa mạc

dadababa

núi lửa

dadaba

lâu đài

babababa

cầu vồng

dadaba

nấm

bababa

cây cọ

dadababa

con muỗi

aua!

con ruồi

badada

con kiến

dadababa

con ong

summ summ

con nhện

dada

phong cảnh - dada

15

bọ cánh cứng

dadaba

con ếch

quak

con sóc

dadababa

con nhím

dadaba

con thỏ

baba

con cú

gackgack

con chim

gackgack

thiên nga

gackgack

heo rừng

babadada

con hươu

dadadada

nai sừng tấm

dadadada

đê

dadadada

tuabin gió

ba

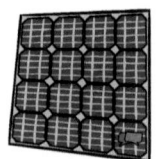

tấm năng lượng mặt trời

dadadada

khí hậu

bababa

bồi bàn
dadadada

thực đơn
baba

ghế
dadaba

súp
nom! nom!

bánh pizza
nom nom!

khăn trải bàn
babababa

bộ dao nĩa ăn
ba

món ăn khai vị
nom! nom!

món ăn chính
nom! nom!

món tráng miệng
nom nom!

thức uống
dadababa

thức ăn
nom nom!

cái chai
nom nom!

thức ăn nhanh

nom! nom!

thức ăn đường phố

nom! nom!

ấm trà

babababa

hộp đường

nom! nom!

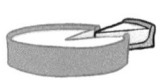

khẩu phần

nom nom!

máy pha espresso

dadaba

ghế cao

bababa

hóa đơn

ba

khay

bababa

dao

ba

nĩa

babadada

thìa

dadaba

thìa uống trà

bababa

khăn ăn

dadaba

cốc thủy tinh

ba

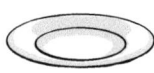

đĩa
....
nom nom!

đĩa súp
....
bababa

đĩa lót cốc
....
bababa

nước sốt
....
nom! nom!

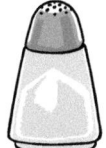

lọ muối
....
dadadada

cái xay tiêu
....
dadaba

giấm
....
bähbäh

dầu
....
dadababa

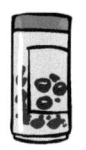

gia vị
....
dadababa

nước xốt cà chua
....
nom! nom!

tương hạt cải
....
nom! nom!

nước sốt mayonnaise
....
nom nom!

siêu thị

dada nom nom

chào giá đặc biệt
dadababa
FOR
khách hàng
dadaba
sản phẩm từ sữa
dadaba
trái cây
nom nom!
xe đẩy mua sắm
baba

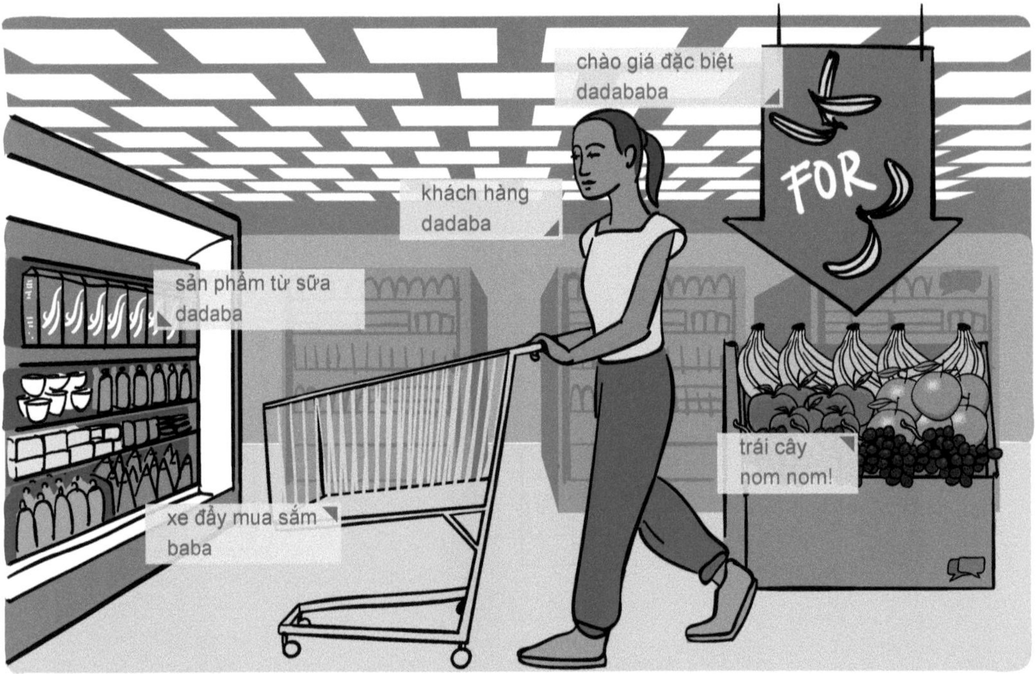

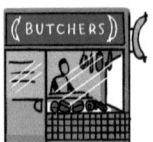

BUTCHERS

lò mổ

dadaba

BAKERY

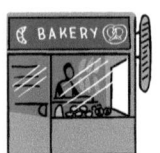

cửa hiệu bán bánh mì

nom! nom!

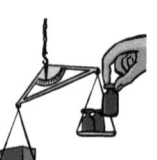

cân nặng

bababa

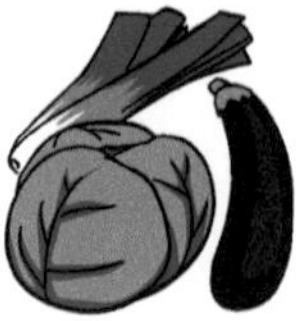

rau quả

bähbäh

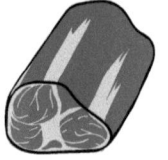

thịt

nom nom!

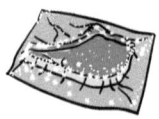

thức ăn đông lạnh

nomnom

lát thịt nguội

nom nom!

đồ hộp

nomnom

bột giặt

bababa

đồ ngọt

baba

sản phẩm dùng trong gia đình

dadaba

chất tẩy rửa

dadababa

người bán hàng

bababa

quầy trả tiền

bababa

nhân viên thu ngân

dadaba

danh sách mua sắm

dada

giờ mở cửa

dadababa

ví tiền

baba

thẻ tín dụng

babadada

túi đeo

dadababa

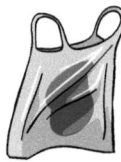

túi ny lông

dadababa

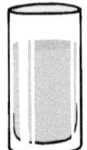

nước
wasa

nước quả ép
dadadada

sữa
badada

coca-cola
ba

rượu vang
bababa

bia
dadadada

cồn
dadaba

cacao
bababa

trà
dadababa

cà phê
dada

espresso
dadaba

cappuccino
dadababa

chuối

nane

quả táo

nom nom!

quả cam

bababa

dưa hấu

nom nom!

chanh

nom nom!

cà rốt

bähbäh

tỏi

bada meh

tre

dadaba

củ hành

dadaba

nấm

nom nom!

hạt dẻ

nom nom!

mì

nom nom!

mì spaghetti

nom nom!

cơm

nom nom!

xà lách

nom nom!

khoai tây chiên

nom nom!

khoai tây chiên

nom nom!

bánh pizza

nom nom!

bánh hamburger

nom nom!

bánh mì sandwich

nom nom!

thịt côtlet

nom nom!

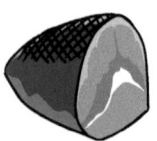

thịt giăm bông

nom nom!

xúc xích

nom nom!

dồi

nom nom!

gà

gack gack

rán

nom nom!

cá

nom nom!

cháo yến mạch
....
nom nom!

cháo muesli
....
bähbäh

bánh bột ngô nướng
....
nom nom!

bột mì
....
nom nom!

bánh sừng bò
....
nom nom!

bánh mì
....
babadada

bánh mì
....
nom! nom!

bánh mì nướng
....
nom nom!

bánh bích quy
....
nom nom!

bơ
....
nom nom!

sữa đông
....
nom nom!

bánh ngọt
....
nom nom

trứng
....
dadaba

trứng rán
....
nom nom!

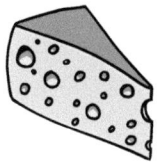

pho mát
....
bada muh

kem

nom nom!

đường

nom nom!

mật ong

baba summ

mứt

nom nom!

kem nougat

nom nom!

cà ri

babadada

thức ăn - nom nom!

nông trại
dadaba

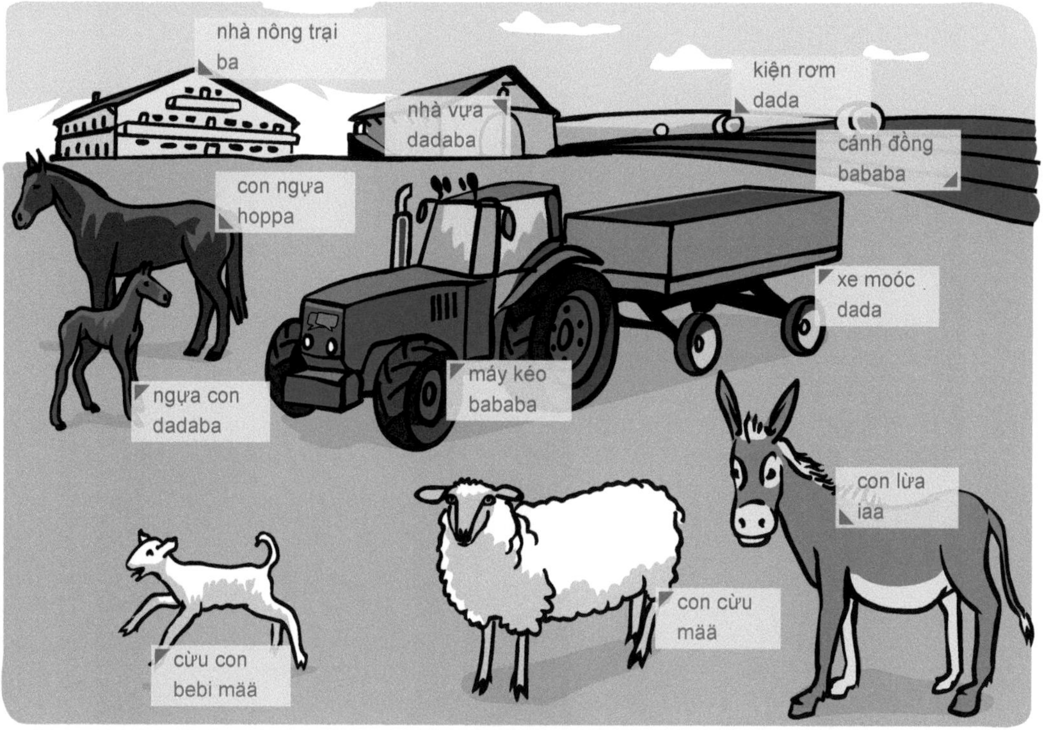
nhà nông trại
ba
nhà vựa
dadaba
kiện rơm
dada
cánh đồng
bababa
con ngựa
hoppa
xe moóc
dada
máy kéo
bababa
ngựa con
dadaba
con lừa
iaa
con cừu
mää
cừu con
bebi mää

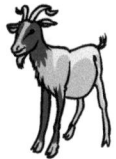

con dê

baba

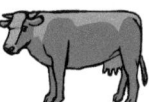

con bò

muh

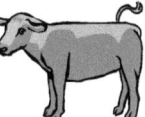

con bê

mimuh

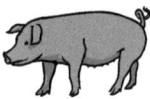

con lợn

mama oink

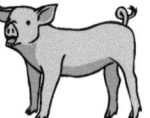

lợn con

oink

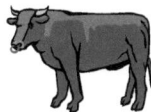

bò đực

dadadada

con ngỗng

gackgack

con vịt

gackquack

gà con

gacki

gà mái

gackgack

gà trống

gacko

con chuột

dada

mèo

mau

chuột nhắt

bababa

bò đực

muh

con chó

wauwau

nhà chuồng chó

wauwau

ống tưới vườn cây

baba

thùng tưới cây

dadababa

lưỡi hái

baba

cái cày

dadababa

cái liềm
baba

cái cuốc
dadadada

cái chĩa
dada

cái rìu
bababa

xe cút kít
babababa

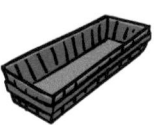

máng ăn
baba

lọ sữa
dada muh

bao tải
dadababa

hàng rào
badada

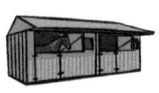

chuồng
dadadada

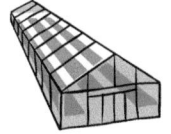

nhà kính trồng cây
ba

đất trồng
babadada

hạt giống
baba

phân bón
baba

máy gặt đập liên hợp
dadababa

thu hoạch
....
bababa

mùa thu hoạch
....
dadadada

khoai lang
....
dadaba

lúa mì
....
dadababa

đậu nành
....
dadababa

khoai tây
....
bababa

ngô
....
badada

hạt cải dầu
....
bababa

cây ăn trái
....
bababa

sắn
....
dadadada

ngũ cốc
....
dadababa

nhà
dadaba

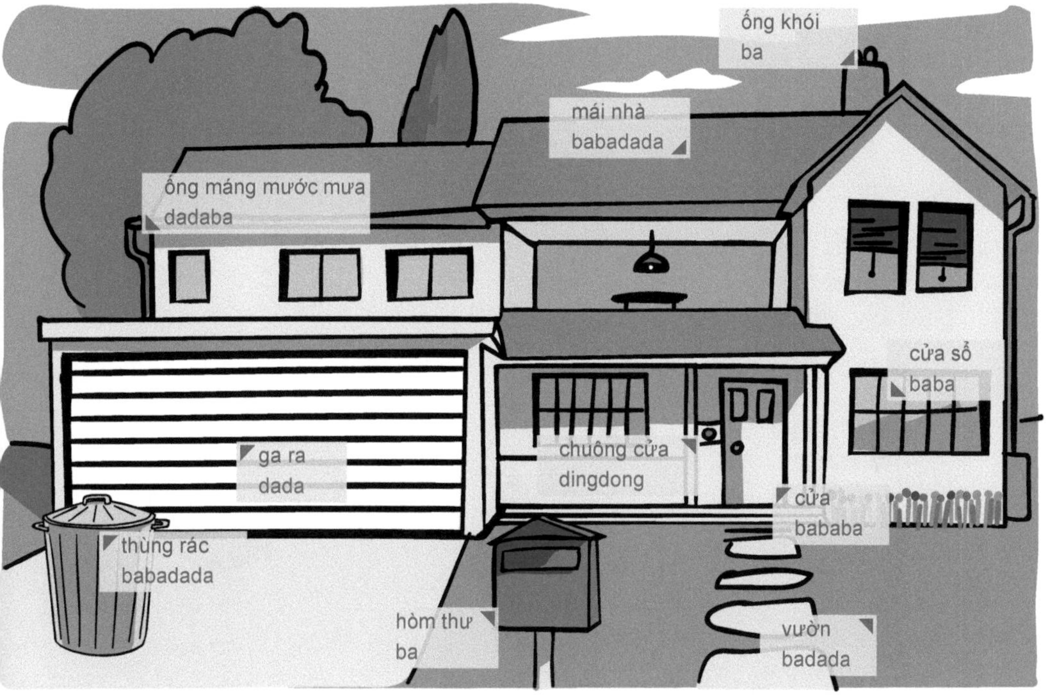
ống khói
ba
mái nhà
babadada
ống máng mước mưa
dadaba
cửa sổ
baba
ga ra
dada
chuông cửa
dingdong
cửa
bababa
thùng rác
babadada
hòm thư
ba
vườn
badada

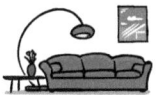

phòng khách
dadadada

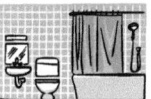

phòng tắm
bababa

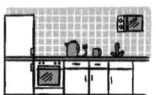

bếp
bababa

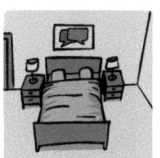

phòng ngủ
dadababa

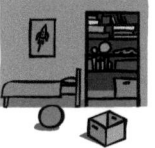

phòng trẻ em
meina

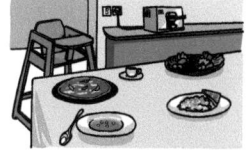

phòng ăn
dadaba

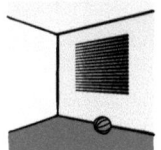

nền nhà

badada

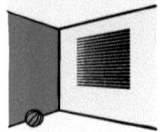

tường

dadababa

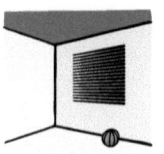

trần nhà

bababa

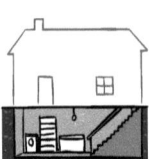

tầng hầm

dada

tắm hơi

dadababa

ban công

babababa

sân hiên

dadadada

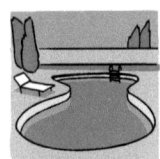

bể bơi

bababa

máy cắt cỏ

baba

khăn trải giường

dadaba

khăn trải giường

babadada

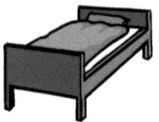

giường

heia!

chổi

dada

cái xô

dadaba

công tắc điện

dadababa

phòng khách
dadadada

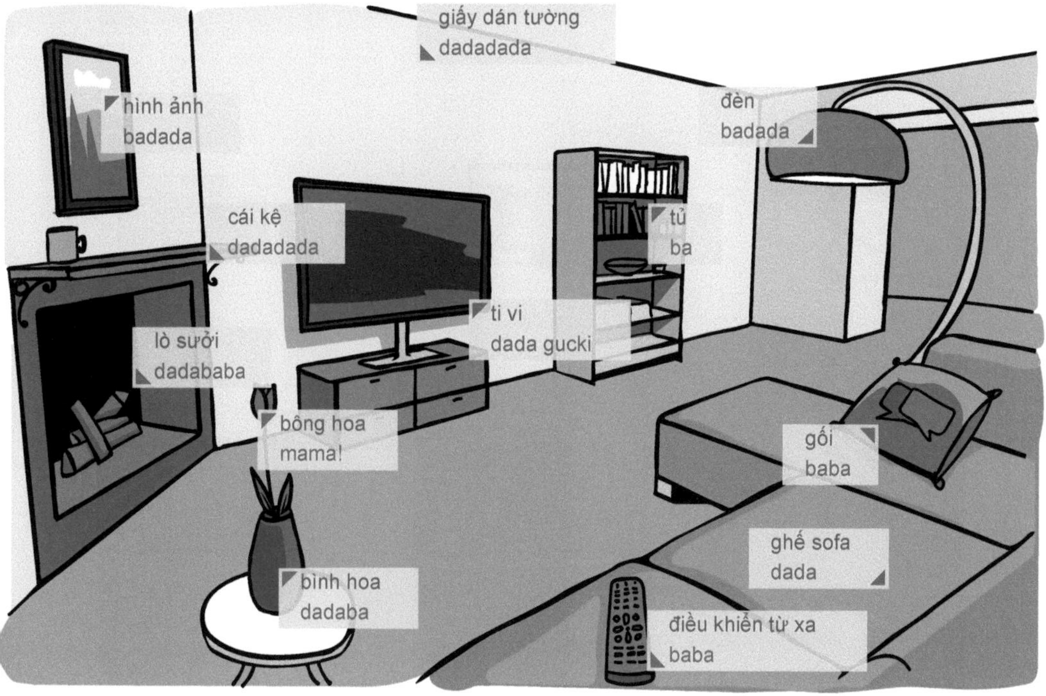

giấy dán tường
dadadada
hình ảnh
badada
đèn
badada
cái kệ
dadadada
tủ
ba
ti vi
dada gucki
lò sưởi
dadababa
bông hoa
mama!
gối
baba
ghế sofa
dada
bình hoa
dadaba
điều khiển từ xa
baba

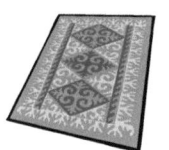

thảm
dada

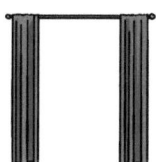

rèm
bababa

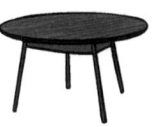

cái bàn
ba

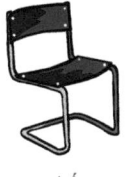

ghế
dadaba

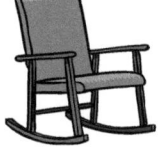

ghế bập bênh
dadadada

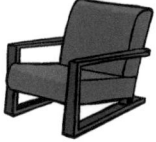

ghế bành
bababa

sách

dadaba

cái chăn

dadadada

đồ trang trí

dadaba

củi

ba

phim

dadadada

máy hi-fi

lala

chìa khóa

babadada

báo

dadadada

bức tranh

dadadada

áp phích

bababa

radio

lala

sổ ghi chép

dadababa

máy hút bụi

babadada

cây xương rồng

aua!

cây nến

babadada

bếp
bababa

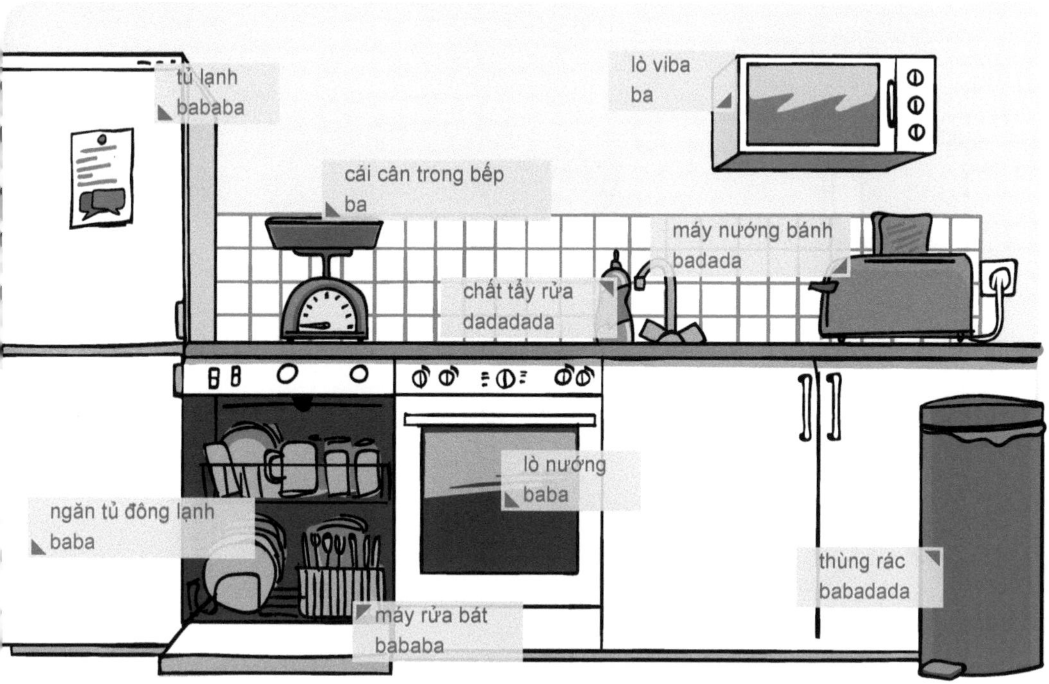
tủ lạnh
bababa
lò viba
ba
cái cân trong bếp
ba
máy nướng bánh
badada
chất tẩy rửa
dadadada
lò nướng
baba
ngăn tủ đông lạnh
baba
thùng rác
babadada
máy rửa bát
bababa

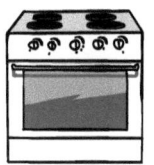

lò nấu
dada

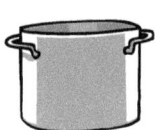

nồi
dada

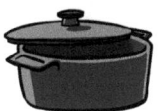

nồi sắt
dada

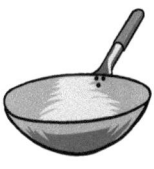

chảo
baba / dada

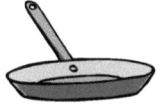

chảo
badada

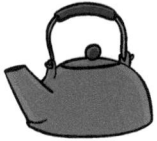

ấm đun nước
ba

nồi đun hơi

dadababa

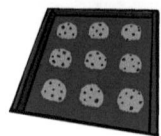

khay lò nướng

bababa

bát đĩa

dadaba

cốc

dadadada

cái bát

dadaba

đũa

baba

cái vá

dadaba

bàn xẻng

dadadada

que đánh kem

badada

rây dùng trong bếp

dada

cái rây lọc

bababa

cái nạo

baba

vữa

dadababa

vỉ nướng

dada

ngọn lửa trần

aua!

cái thớt

dadababa

trục cán bột

babababa

cái mở nút chai

dadababa

vỏ đồ hộp

dadadada

cái mở vỏ đồ hộp

bababa

miếng nhấc nồi

dadababa

bồn rửa bát

dadadada

bàn chải

dadababa

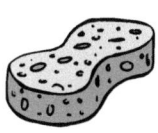

miếng xốp

ba

máy xay

aua!

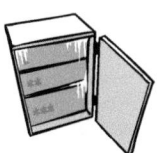

tủ đông lạnh

babadada

bình sữa cho trẻ sơ sinh

bababa

vòi nước

dadadada

phòng tắm
bababa

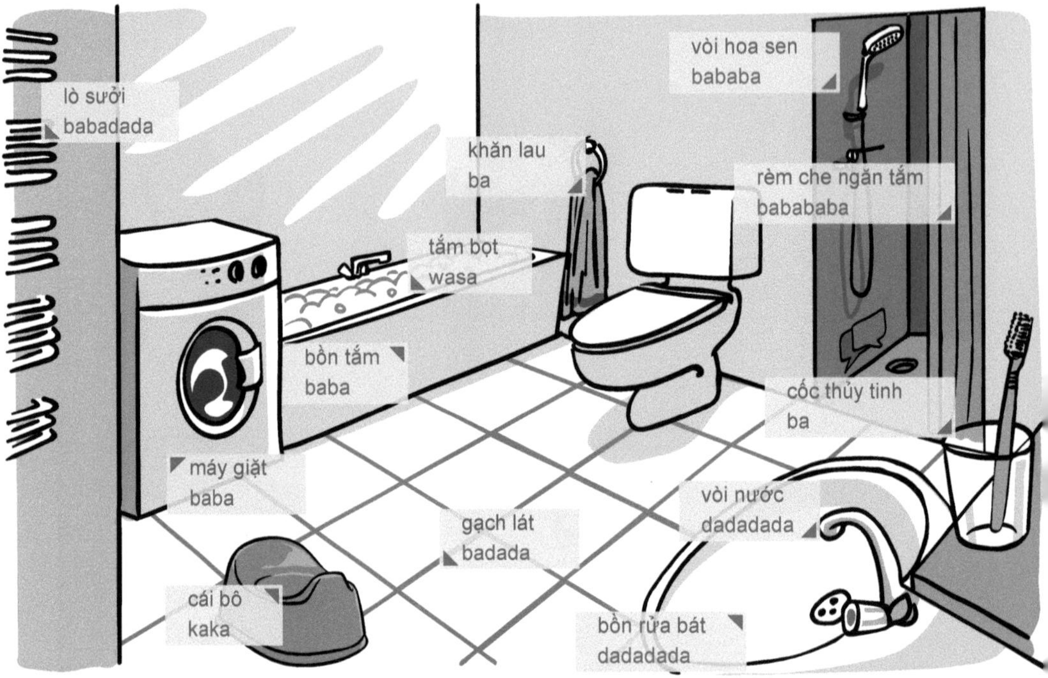
vòi hoa sen
bababa
lò sưởi
babadada
khăn lau
ba
rèm che ngăn tắm
babababa
tắm bọt
wasa
bồn tắm
baba
cốc thủy tinh
ba
máy giặt
baba
vòi nước
dadadada
gạch lát
badada
cái bô
kaka
bồn rửa bát
dadadada

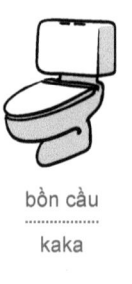

bồn cầu

kaka

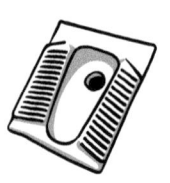

bồn cầu ngồi xổm

ba

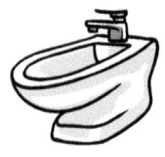

bồn rửa hậu môn

dadababa

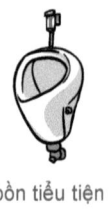

bồn tiểu tiện

dadababa

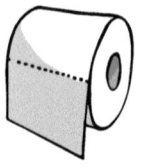

giấy vệ sinh

kaka

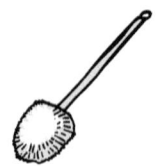

bàn chải cọ bồn cầu

bababa

bàn chải đánh răng
bababa

kem đánh răng
nom! nom!

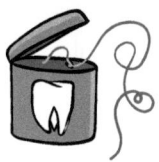

chỉ nha khoa
dadadada

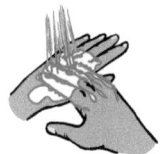

rửa
bababa

vòi sen cầm tay
babababa

vòi rửa hậu môn
dadadada

bồn rửa
badada

bàn chải cọ lưng
dadadada

xà phòng
nom! nom!

sữa tắm
nom! nom!

dầu gội
nom! nom!

khăn cọ để tắm
babadada

lỗ thoát nước
dadaba

kem
nom! nom!

chất khử mùi
babababa

gương

dadadada

gương tay

dadadada

dao cạo râu

ba

kem cạo râu

nom! nom!

nước thơm dùng sau khi cạo râu

nam! nam!

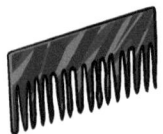

cái lược

dadababa

bàn chải

baba

máy xấy tóc

dadadada

keo xịt tóc

badada

đồ trang điểm

dadaba

thỏi son môi

mama!

sơn bôi móng

ba

bông

bababa

kéo cắt móng

dadadada

nước hoa

bababa

túi đựng đồ tắm

dadadada

ghế đầu

bababa

cái cân

dadadada

áo choàng tắm

ba

găng tay làm vệ sinh

babababa

nút gạc

ba

băng vệ sinh

bababa

nhà vệ sinh hóa chất

baba

phòng trẻ em
meina

đồng hồ báo thức
bababa
thú bông
bababa
xe đồ chơi
auto
cái lúc lắc
dadadada
nhà búp bê
bababa
món quà
babababa

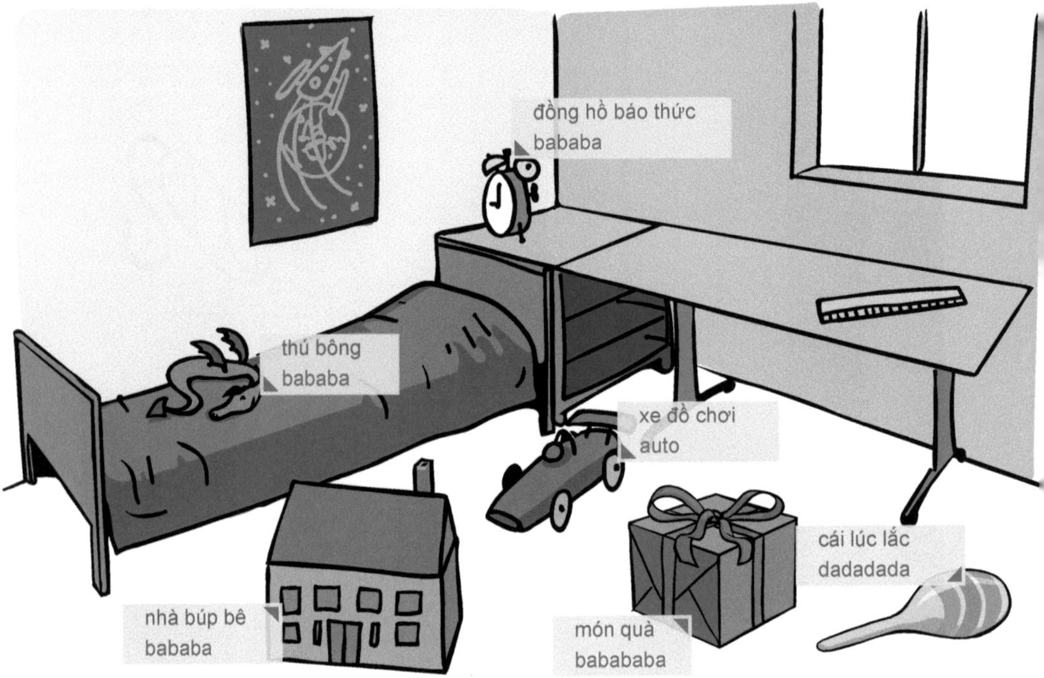

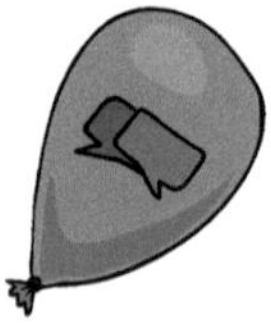

bong bóng

dadadada

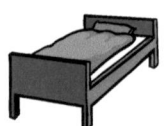

giường

heia!

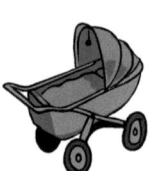

xe nôi

dadaba

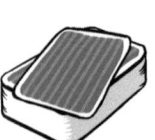

trò chơi bài

dadababa

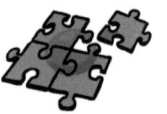

trò chơi ghép hình

bababa

SUPER
MEGA

truyện tranh

dadababa

gạch Lego
badada

khối xếp hình
badada

nhân vật hành động
dada

áo liền quần cho trẻ sơ sinh
dadadada

đĩa nhựa để ném
dadaba

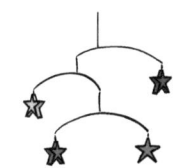

đồ chơi treo trên giường
dadaba

trò chơi cờ bàn
ba

xúc xắc
baba

đồ chơi xe lửa mô hình
dadababa

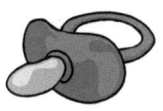

ti giả
lula

buổi tiệc
baba

sách tranh
dadaba

quả bóng
dada

búp bê
dada

chơi
badada

hố cát

dadaba

cái đu

babababa

đồ chơi

dadababa

máy chơi game cầm tay

dadaba

xe ba bánh

babadada

gấu bông

dadababa

tủ quần áo

dadaba

y phục
baba

bít tất

dadadada

bít tất dài

ba

quần tất

dada

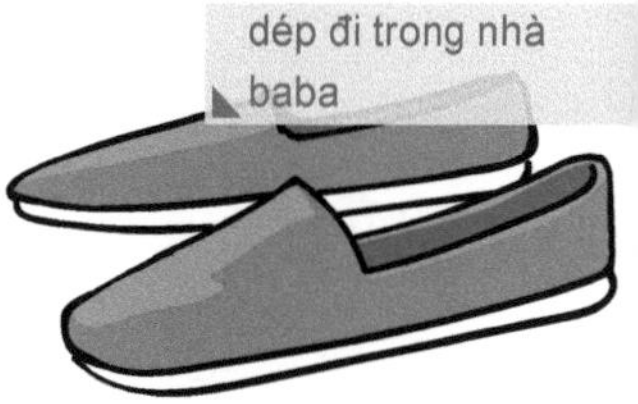

khăn choàng cổ
bababa

ô che mưa
bababa

áp phông
badada

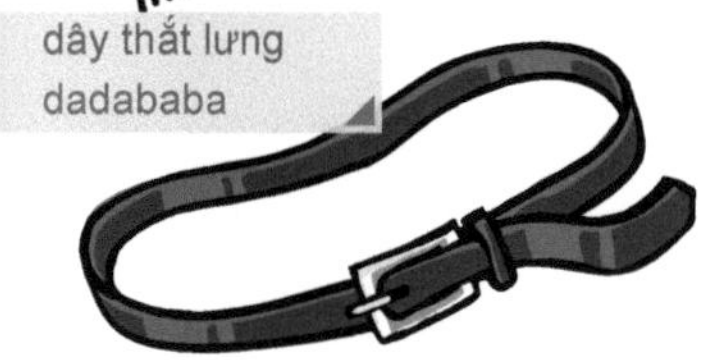

dây thắt lưng
dadababa

ủng
baba

dép đi trong nhà
baba

giày sneaker
ba

dép xăng đan

bababa

giày

badada

ủng cao su

dada

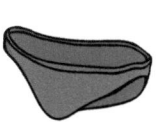

quần lót

ba

áo ngực

baba

áo vest

dadadada

áo ôm sát cơ thể

badada

quần dài

ba

quần bò

bababa

váy

dada

áo cánh

bababa

áo sơ mi

dadadada

áo len chui đầu

baba

áo len

baba

áo blazer

babadada

áo jacket

baba

áo khoác

bababa

áo mưa

dadababa

trang phục

bababa

áo váy

ba

áo cưới

dadaba

bộ com lê
dadadada

áo ngủ
babababa

pijama
heia

trang phục sari
baba

khăn trùm đầu
dadadada

khăn đội đầu
dada

áo burka
dada

áo captan
baba

áo aba
dadadada

quần áo bơi
wasa

quần bơi
bababa

quần đùi
dadababa

quần áo tracksuit
babababa

tạp dề
baba

găng tay
babababa

cái cúc

dadaba

kính mắt

babadada

vòng đeo tay

dada

vòng cổ

dadababa

nhẫn

bababa

hoa tai

dadababa

mũ lưỡi trai

dada

cái mắc treo áo quần

babadada

mũ

dadababa

cà vạt

bababa

dây kéo phéc mơ tuya

badada

mũ bảo hiểm

dadaba

dây đeo quần

dada

đồng phục học sinh

babadada

đồng phục

babababa

y phục - baba

yém trẻ em
....
namnam

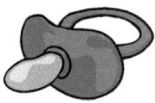

ti giả
....
lula

tã lót
....
kaka!

văn phòng
baba

máy chủ
dadaba

tủ hồ sơ
dadababa

giấy
dadadada

máy in
badada

màn hình
dadadada

bàn làm việc
ba

chuột máy tính
baba

thư mục
dadaba

bàn phím
dada

thùng rác giấy
babadada

máy tính
dada

ghế
bababa

cốc cà phê
....
dada

máy tính bỏ túi
....
bababa

internet
....
da da

laptop

papa!

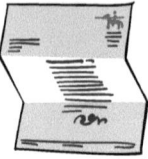

thư

dadababa

tin nhắn

ba

điện thoại di động

fon

mạng

bababa

máy photocopy

ba

phần mềm

bababa

điện thoại

dada bing

ổ cắm điện

aua!

máy fax

bababa

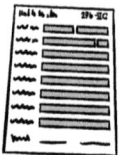

mẫu đơn

dadaba

chứng từ

bababa

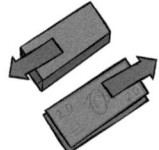

mua
....
baba

trả tiền
....
dadadada

buôn bán
....
dadaba

tiền
....
badada

đô la
....
babadada

Euro
....
dadaba

yên
....
bababa

rúp
....
ba

franc Thụy Sĩ
....
dada

nhân dân tệ
....
dada

rupi
....
ba

máy rút tiền tự động
....
ba

quầy đổi tiền

dadadada

vàng

dadadada

bạc

baba

dầu

dadadada

năng lượng

ba

giá tiền

dadadada

hợp đồng

baba

thuế

bababa

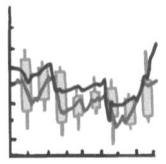

cổ phiếu

dadadada

làm việc

dadaba

nhân viên

dadadada

chủ lao động

dadababa

nhà máy

dadaba

cửa hiệu

ba

nghề nghiệp

ba

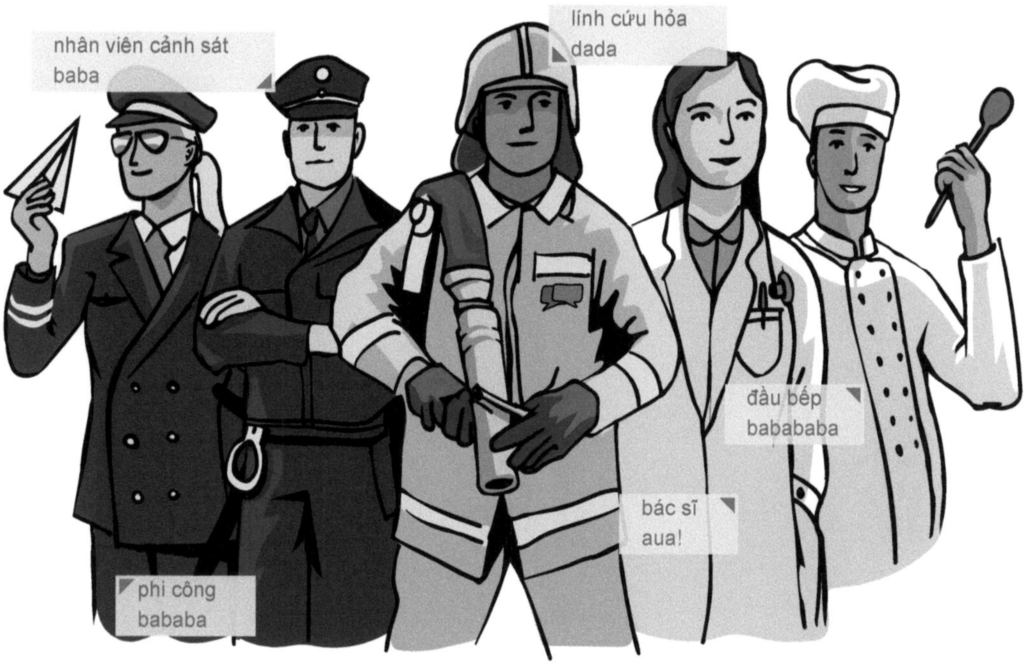
nhân viên cảnh sát
baba
lính cứu hỏa
dada
đầu bếp
babababa
bác sĩ
aua!
phi công
bababa

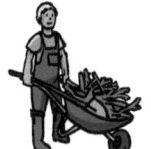

người làm vườn

bababa

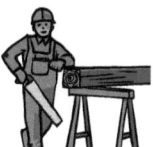

thợ mộc

bababa

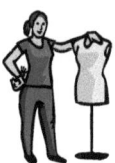

thợ may

baba

chánh án

bababa

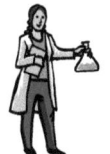

nhà hóa học

dadaba

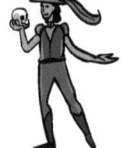

diễn viên

dadababa

tài xế xe buýt
ba

người lái taxi
auto mann

ngư dân
bababa

người lau dọn vệ sinh
dadadada

thợ lợp mái nhà
dadadada

bồi bàn
dadadada

thợ săn
badada

họa sĩ
dadadada

thợ làm bánh
dadababa

thợ điện
papa!

thợ xây dựng
babababa

kỹ sư
bababa

người hàng thịt
dadababa

thợ sửa ống nước
dadadada

người đưa thư
bababa

người lính

dadadada

kiến trúc sư

ba

nhân viên thu ngân

dadaba

người bán hoa

bababa

thợ cắt tóc

babadada

nhân viên soát vé

bababa

thợ cơ khí

dadaba

thuyền trưởng

dada

nha sĩ

badada

nhà khoa học

ba

giáo sĩ Do thái

bababa

lãnh tụ Hồi giáo

dadaba

nhà sư

dada

mục sư

dadadada

dụng cụ

dada

cây búa
baba
kìm
baba
tua vít
babababa
cờ lê
dadababa
đèn pin
dadaba

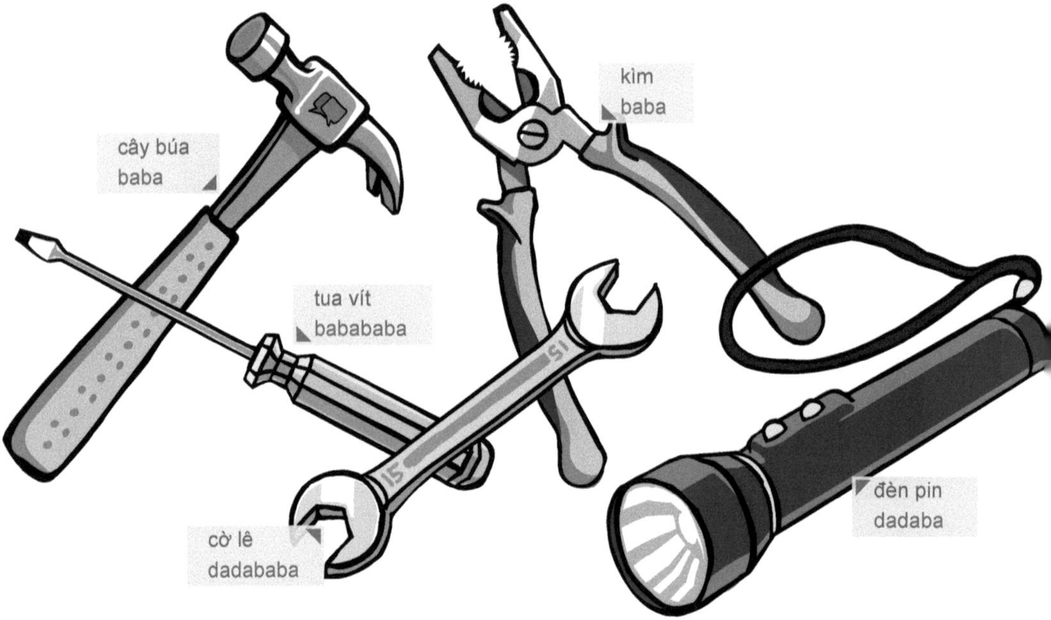

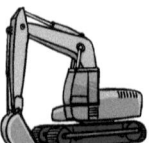

máy xúc đất

dadaba

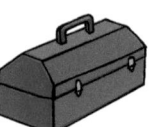

hộp dụng cụ

baba

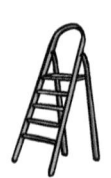

cái thang

babababa

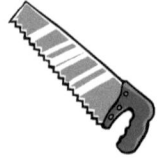

cưa

dadaba

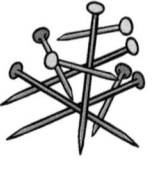

đinh

babadada

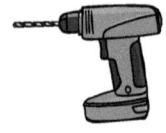

máy khoan

dada

sửa chữa
....
dadababa

cái xẻng
....
dada

khốn nạn!
....
aua!

cái hót rác
....
dada

thùng sơn
....
dadaba

vít
....
bababababa

nhạc cụ
bababa

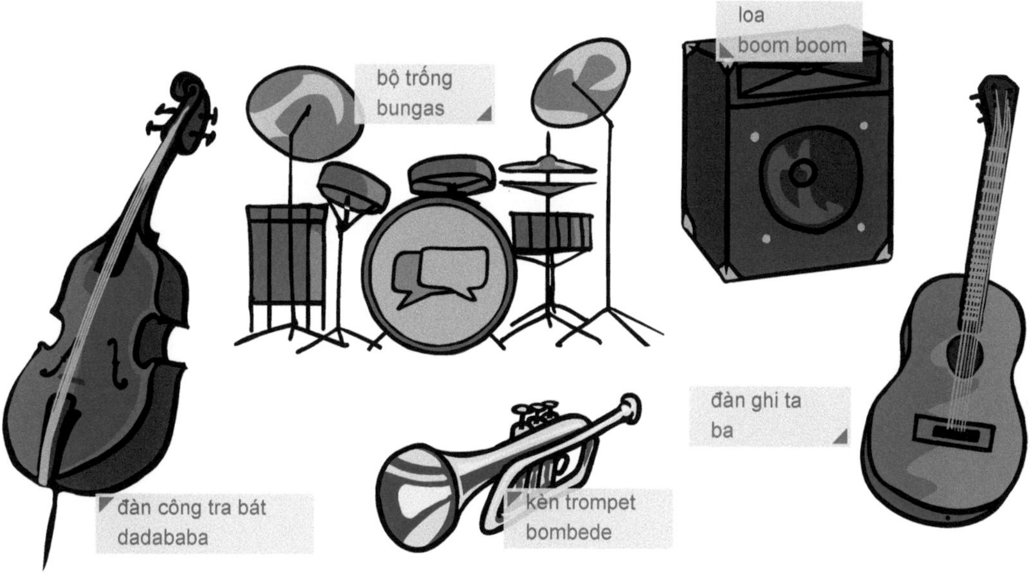

loa
boom boom

bộ trống
bungas

đàn ghi ta
ba

đàn công tra bát
dadababa

kèn trompet
bombede

đàn piano

bingbing

đàn vĩ cầm

bababa

ghi ta bass

ba

trống định âm

badada

trống

bunga bunga

đàn organ

badada

kèn Saxophone

dadababa

sáo

dadababa

micro

dadadada

vườn bách thú
bababa

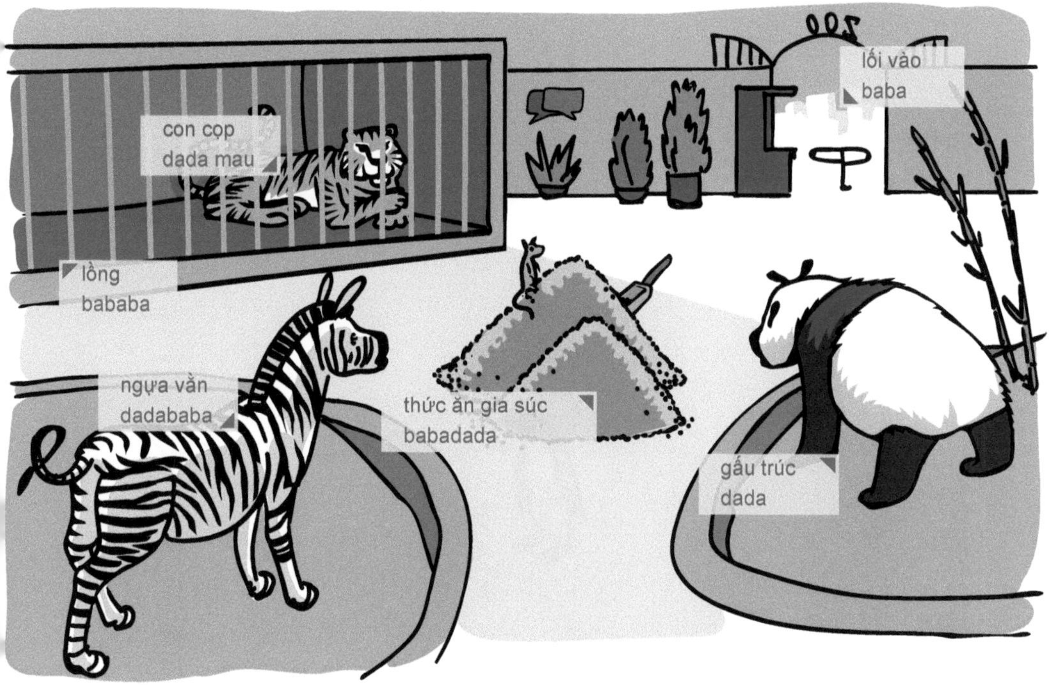

lối vào
baba
con cọp
dada mau
lồng
bababa
ngựa vằn
dadababa
thức ăn gia súc
babadada
gấu trúc
dada

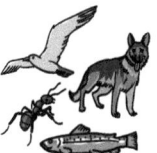

động vật

dadadada

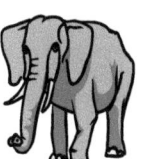

con voi

bababa

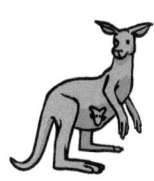

chuột túi

dadaba

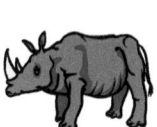

tê giác

babadada

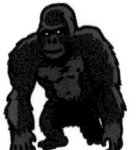

khỉ đột

dada

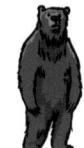

con gấu

babababa

lạc đà
dadaba

đà điểu
gackgack

sư tử
babadada

con khỉ
dadaba

hồng hạc
gackgack

con vẹt
bababa

gấu bắc cực
bababa

chim cánh cụt
dada

cá mập
bababa

con công
dadaba

con rắn
badada

cá sấu
babababa

người trông giữ vườn bách
thú
dadadada

hải cẩu
dada

báo đốm
bababa

ngựa lùn

ei!

con báo

dadadada

hà mã

dada

hươu cao cổ

babababa

đại bàng

bababa

heo rừng

babadada

cá

nom nom!

con rùa

dadadada

hải mã

anje

con cáo

dadadada

linh dương

bababa

bóng bầu dục Mỹ
dadababa

đua xe đạp
dadaba

quần vợt
bum bum

bóng rổ
ball

bơi
badada

đấm bốc
aua!

khúc côn cầu trên băng
baba

bóng đá
dadadada

cầu lông
badada

điền kinh
dadababa

bóng ném
ball

trượt tuyết
dadadada

polo
baba

các hoạt động
dadadada

nhảy
dada
ôm
bababa
cười
baba
đi bộ
dada
ca hát
dadababa
mơ
dadababa
cầu nguyện
dadadada
hôn
mama!

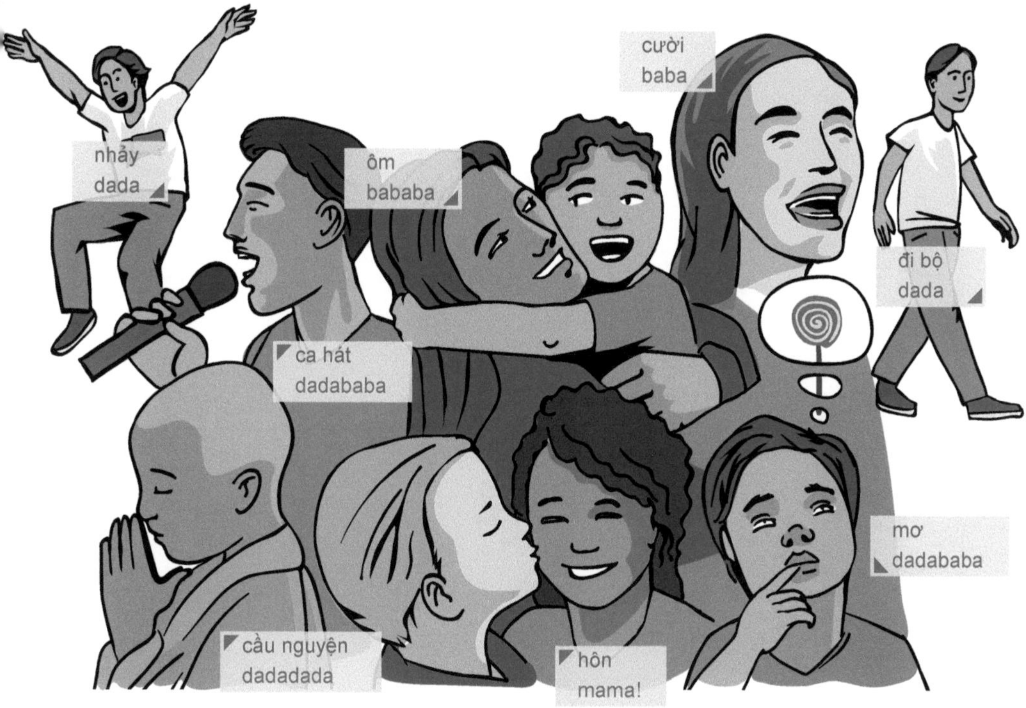

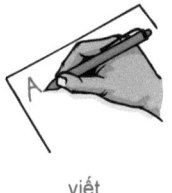

viết
dadaba

vẽ
dada

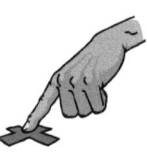

chỉ trỏ
dadababa

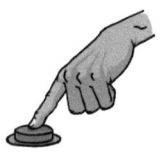

đẩy
dada

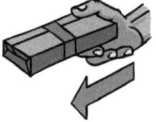

cho
badada

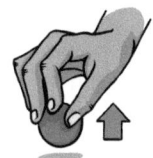

lấy đi
dadaba

có

dadaba

làm

dadadada

thì / là

babadada

đứng

dadadada

chạy

baba

kéo

dadababa

ném

dadadada

rơi

dadaba

nằm

badada

chờ đợi

dadaba

mang vác

bababa

ngồi

ba

mặc quần áo

dadababa

ngủ

heia!

thức dậy

bababa

xem

bababababa

khóc

baaaaaa

vuốt ve

dadadada

chải

bababa

nói chuyện

bababa

hiểu

baba

câu hỏi

badada

nghe

dadababa

uống

bababa

ăn

nomnom!

dọn dẹp

badada

yêu

ba

nấu nướng

badada

lái xe

dadababa

bay

dadadada

đi thuyền buồm
dadababa

tính toán
dadababa

đọc
dadadada

học
dadababa

làm việc
dadaba

cưới
baba

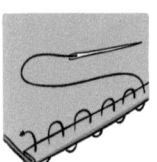

khâu vá
dada

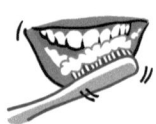

đánh răng
aua!

giết
aua!

hút thuốc
dadababa

gửi đi
babababa

bà nội (ngoại)
oma!

ông nội (ngoại)
opa!

cha
papa!

mẹ
mama!

trẻ con
bebi

con gái
ba

con trai
badada

khách
baba

cô (dì)
ba

chú, bác (cậu)
bababa

anh (em) trai
nein!

chị (em) gái
nein!

cơ thể

dadababa

trán
bababa
mắt
dada
vai
bababa
ngón tay
dada
mặt
dada
cằm
dadababa
bàn tay
baba
chân
dadaba
ngực
da
cánh tay
bababa

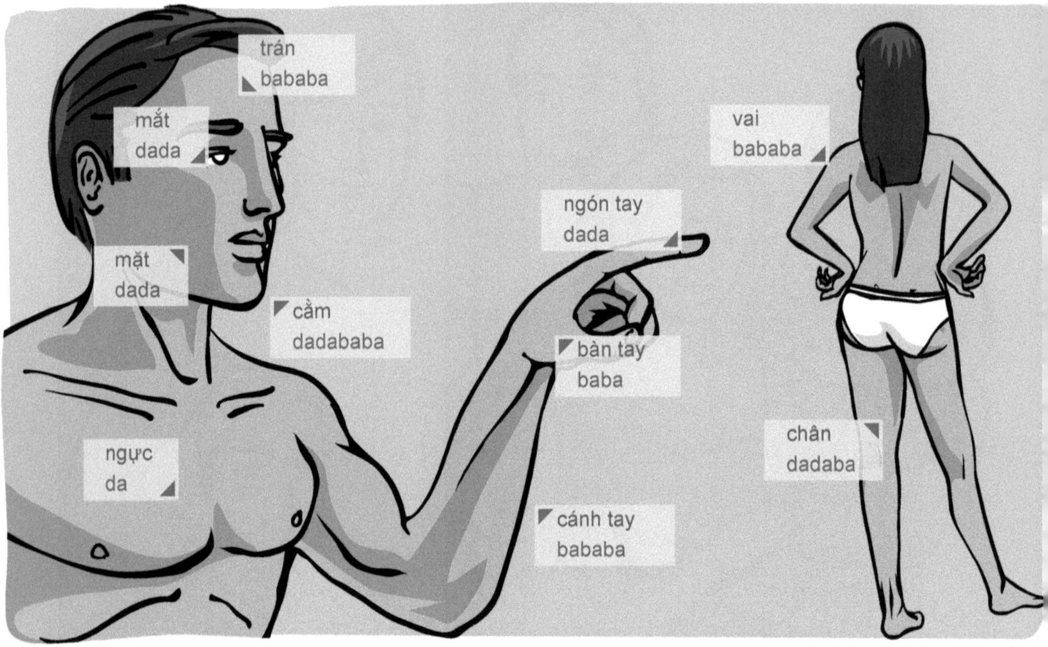

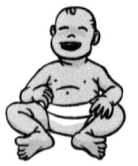

trẻ con

bebi

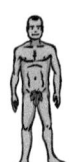

đàn ông

papa!

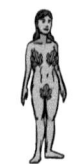

phụ nữ

mama

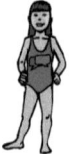

bé gái

baba

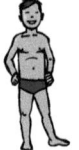

bé trai

babadada

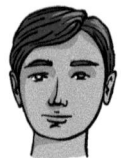

đầu

bababa

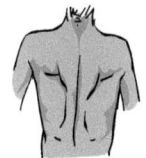

lưng

baba

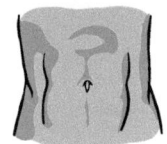

bụng

dadababa

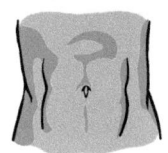

rốn

dada

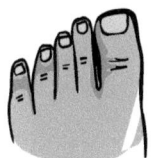

ngón chân

dadababa

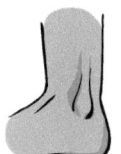

gót chân

ba

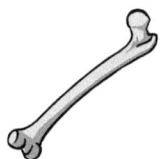

xương

badada

hông

bababa

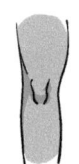

đầu gối

dada

khuỷu tay

dadadada

mũi

bababa

mông

popo

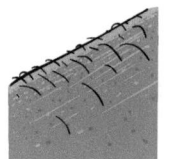

da

dadaba

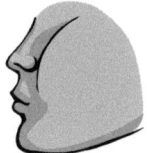

má

badada

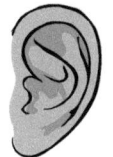

tai

dada

môi

babababa

miệng

dadababa

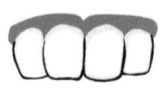

răng

dadadada

lưỡi

baba

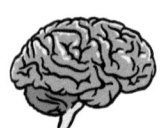

não

dadadada

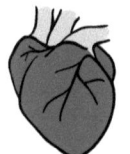

tim

baba

cơ bắp

dada

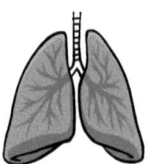

phổi

dada

gan

dada

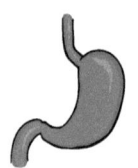

dạ dày

dadababa

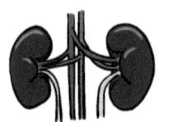

thận

dadaba

giao hợp

babadada

bao cao su

dada

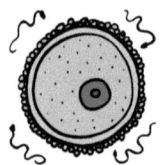

noãn

badada

tinh dịch

dadababa

mang thai

dadababa

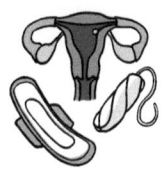

kinh nguyệt
....
ba

âm vật
....
mumu

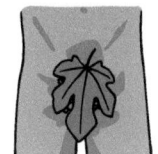

dương vật
....
pipi

lông mày
....
dada

tóc
....
dadababa

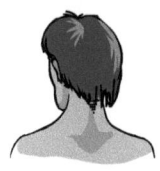

cổ
....
bababa

bệnh viện
aua!

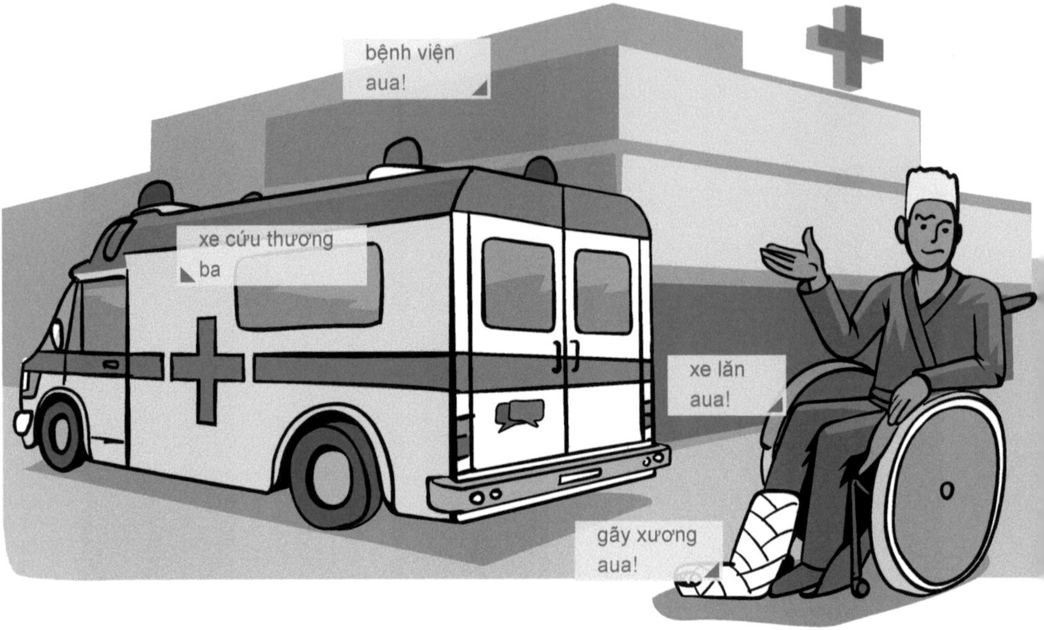

xe cứu thương
ba

xe lăn
aua!

gãy xương
aua!

bác sĩ

aua!

phòng cấp cứu

aua!

y tá

aua!

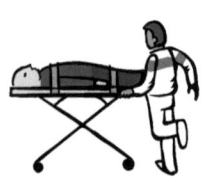

cấp cứu

aua!

bất tỉnh

aua!

cơn đau

dadababa

bị thương
aua!

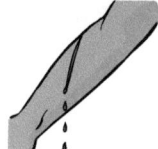

chảy máu
dadadada

nhồi máu cơ tim
aua!

đột quy
aua!

dị ứng
dadababa

ho
aua!

sốt
aua!

cúm
aua!

tiêu chảy
aua!

đau đầu
aua!

ung thư
aua!

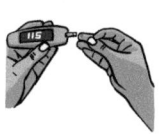

bệnh tiểu đường
aua!

bác sĩ phẫu thuật
aua!

dao mổ
aua!

giải phẫu
aua!

chụp cắt lớp

aua!

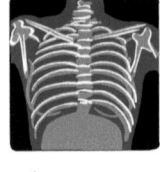

chụp x-quang

aua!

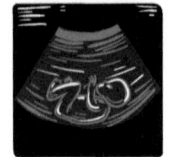

siêu âm

aua!

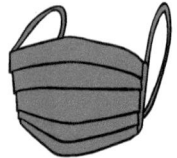

mặt nạ

aua!

bệnh

aua!

phòng đợi

aua!

cái nạng

aua!

băng dán vết thương

aua!

băng bó

dadababa

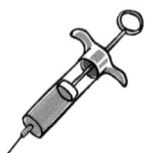

tiêm thuốc

aua!

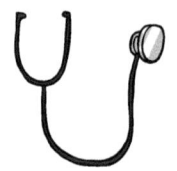

ống nghe khám bệnh

aua!

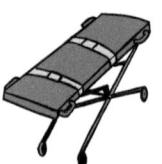

băng ca

aua!

nhiệt kế

aua!

sinh đẻ

aua! bebi!

thừa cân

aua!

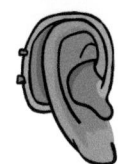

máy trợ thính
aua!

chất khử trùng
aua!

nhiễm trùng
aua!

vi rút
aua!

HIV / AIDS
aua!

thuốc
aua!

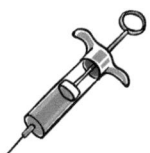

tiêm chủng
aua!

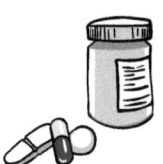

thuốc viên
aua!

viên thuốc
dadaba

gọi cấp cứu
aua!

máy đo huyết áp
aua!

bệnh / khỏe mạnh
da / ba

cứu!

aua!

báo động

aua!

cuộc đột kích

aua!

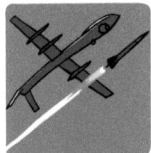

sự tấn công

aua!

mối nguy hiểm

aua!

lối thoát hiểm

dadadada

cháy!

dadaba

bình chữa cháy

dadaba

tai nạn

aua! aua!

bộ dụng cụ sơ cứu

aua!

SOS

baba

cảnh sát

dadadada

châu Âu

badada

Bắc Mỹ

dadaba

Nam Mỹ

dadababa

châu Phi

dadaba

châu Á

dadaba

châu Úc

bababababa

Đại Tây Dương

badada

Thái Bình Dương

dadaba

Ấn Độ Dương

baba

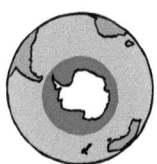

Nam Cực Dương

bababa

Bắc Băng Dương

dadababa

bắc cực

bababa

nam cực

dadababa

nam cực

dadaba

trái đất

dada

đất liền

dadaba

biển

badada

đảo

dadadada

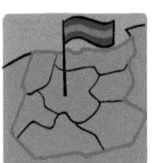

quốc gia

dadadada

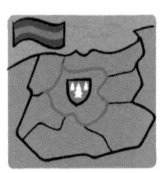

nhà nước

dadababa

mặt đồng hồ

baba

kim chỉ giờ

babadada

kim chỉ phút

baba

kim chỉ giây

bababa

Bây giờ là mấy giờ?

dadababa

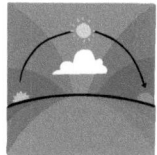

ngày

babadada

thời gian

dada

bây giờ

baba

đồng hồ điện tử

dadababa

phút

dadababa

giờ

bababa

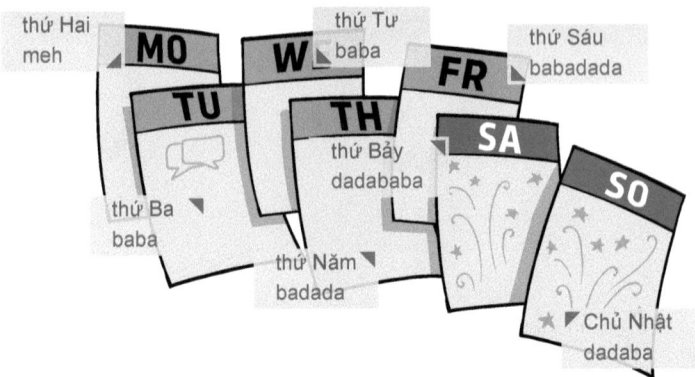

thứ Hai meh — MO
thứ Tư baba — W
thứ Sáu babadada — FR
TU
TH — thứ Bảy dadababa
SA
thứ Ba baba
SO
thứ Năm badada
Chủ Nhật dadaba

hôm qua
dadadada

hôm nay
dadababa

ngày mai
dadaba

buổi sáng
baba

buổi trưa
baba

buổi tối
dadadada

ngày làm việc
dada

cuối tuần
baba

mưa
dadababa

cầu vồng
dadaba

tuyết
kalt

gió
dadadada

mùa xuân
dadadada

mùa thu
bababa

mùa hè
badada

mùa đông
kalt

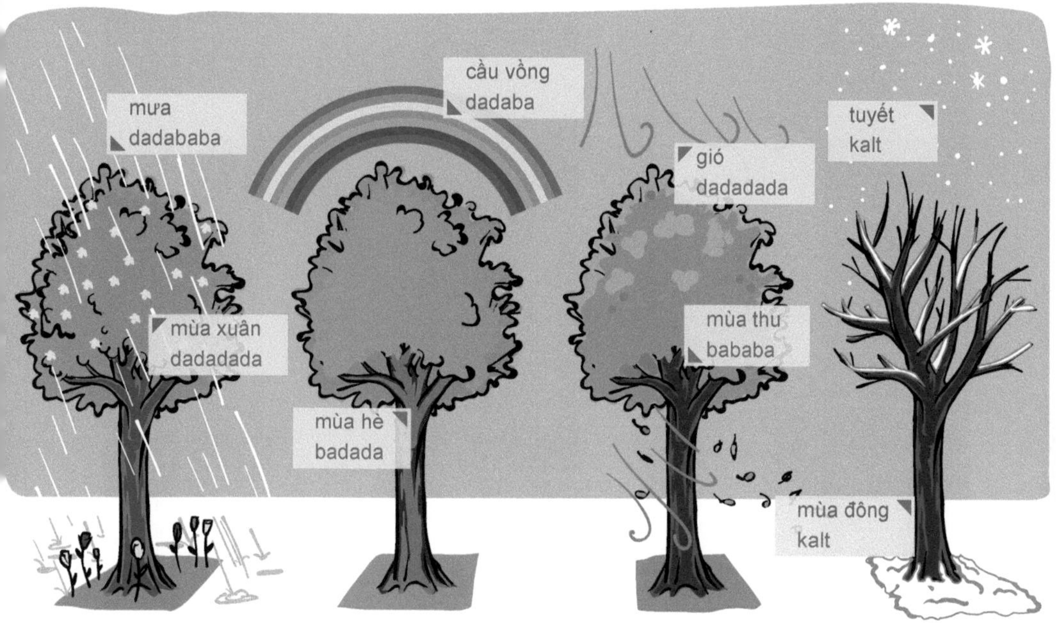

dự báo thời tiết
dadababa

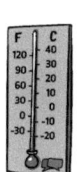

nhiệt kế
bababa

ánh nắng
ba

mây
baba

sương mù
dadadada

độ ẩm không khí
dada

tia chớp

dadababa

sấm sét

dada

cơn bão

badada

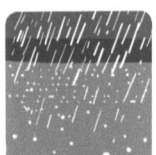

mưa đá

dadababa

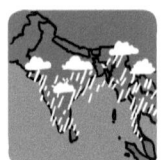

gió mùa

bababa

lũ lụt

dadaba

nước đá

dadadada

tháng Một

dadaba

tháng Hai

dadaba

tháng Ba

bababa

tháng Tư

dadadada

tháng Năm

dadadada

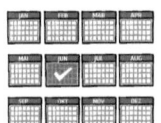

tháng Sáu

babababa

tháng Bảy

baba

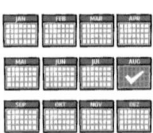

tháng Tám

bababa

năm - dadaba

tháng Chín
dadadada

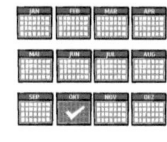

tháng Mười
badada

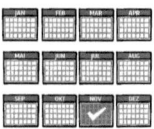

tháng Mười Một
dadababa

tháng Mười Hai
baba

hình dạng
dadababa

hình tròn
baba

hình vuông
badada

hình chữ nhật
dadababa

hình tam giác
bababababa

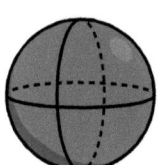

hình cầu
dadadada

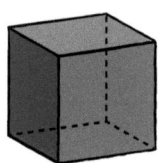

khối vuông
bababababa

màu trắng

dadababa

màu vàng

babababa

màu cam

baba

màu hồng

dadadada

màu đỏ

babadada

màu tím

dadababa

màu xanh dương

dadadada

màu xanh lá cây

ba

màu nâu

baba

màu xám

bababa

màu đen

badada

nhiều / ít
....
da / ba

tức tối / điềm tĩnh
....
da / ba

xinh đẹp / xấu xí
....
da / ba

bắt đầu / kết thúc
....
da / ba

to / nhỏ
....
da / ba

sáng / tối
....
da / ba

anh (em) trai / chị (em) gái
....
da / ba

sạch / bẩn
....
da / ba

đủ / thiếu
....
da / bada

ngày / đêm
....
da / ba

chết / sống
....
da / ba

rộng / chật hẹp
....
da / ba

ăn được / không ăn được

....

da / ba

ác / tử tế

....

da / ba

hào hứng / chán nản

....

ba / ba

béo / gầy

....

da / ba

đầu tiên / cuối cùng

....

ba / ba

bạn / thù

....

da / bada

đầy / rỗng

....

da / ba

cứng / mềm

....

da / ba

nặng / nhẹ

....

da / ba

đói / khát

....

da / bada

bệnh / khỏe mạnh

....

da / ba

bất hợp pháp / hợp pháp

....

da / ba

thông minh / ngu

....

da / ba

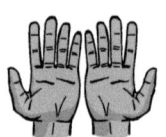

trái / phải

....

ba / ba

gần / xa

....

da / ba

mới / cũ

··················

da / bada

không có gì cả / có cái gì đó

··················

da / ba

già / trẻ

··················

ba / ba

bật / tắc

··················

da / ba

mở / đóng

··················

da / ba

im lặng / ồn ào

··················

da / ba

giàu / nghèo

··················

ba / ba

đúng / sai

··················

da / ba

sần sùi / mịn màng

··················

da / ba

buồn / vui

··················

ba / ba

ngắn / dài

··················

da / ba

chậm / nhanh

··················

da / ba

ẩm ướt / khô ráo

··················

da / bada

ấm áp / mát mẻ

··················

da / bada

chiến tranh / hòa bình

··················

da / ba

đối lập - dadadada

0

số không
....
dada

1

một
....
a

2

hai
....
ba

3

ba
....
da ba da

4

bốn
....
badabada

5

năm
....
dadababa

6

sáu
....
dadaba

7

bảy
....
badada

8

tám
....
dadababa

9

chín
....
dadaba

10

mười
....
dadadada

11

mười một
....
badada

12

mười hai

baba

13

mười ba

bababa

14

mười bốn

baba

15

mười lăm

babadada

16

mười sáu

dadababa

17

mười bảy

bababababa

18

mười tám

dadababa

19

mười chín

bababa

20

hai mươi

dadababa

100

một trăm

baba

1.000

một ngàn

baba

1.000.000

một triệu

dadababa

tiếng Anh

baba

tiếng Anh Mỹ

babadada

tiếng Quan Thoại

dadababa

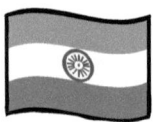

tiếng Hin-di

ba

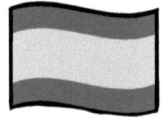

tiếng Tây Ban Nha

badada

tiếng Pháp

ohlala

tiếng Ả-rập

babadada

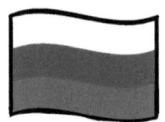

tiếng Nga

dadaba

tiếng Bồ Đào Nha

dada

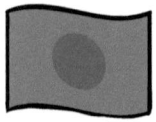

tiếng Bengal

dadadada

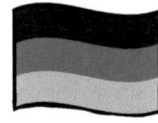

tiếng Đức

badada

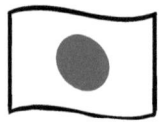

tiếng Nhật

dadadada

tôi
a

bạn
dadadada

anh ta / cô ta / nó
da / da / da

chúng tôi
o ba ma

các bạn
babababa

họ
baba

ai?
dadadada

cái gì?
dadadada

như thế nào?
baba

ở đâu?
babababa

lúc nào?
babadada

tên
dadaba

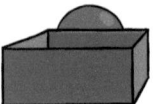

phía sau
....
baba

ở trong
....
dadaba

phía trước
....
baba

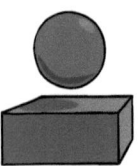

phía trên
....
ba

ở trên
....
baba

ở dưới
....
dadababa

bên cạnh
....
babababa

ở giữa
....
ba

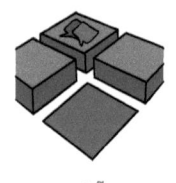

chỗ
....
dada